REMEMBERING
South Viet Nam
TƯỞNG NHỚ MIỀN NAM VIỆT NAM

by Rick Graetz
Assisted by Fred Rohrbach
photography by Rick Graetz unless otherwise credited

Nhà Phát Hành Địa Lý Hoa Kỳ
American Geographic Publishing

Buổi chiều tàn phía Đông ở tỉnh Pleiku.
An early evening scene east of Pleiku.

Tượng Phật Bà ở chùa Taigung Lam. Ngôi chùa này ở Quận Đồng Nai phương Đông của Sàigòn.
A statue at the Buddhist Taigung Lam Pagoda. This pagoda is in Dong Nai Province east of Saigon.

ISBN 0-938314-79-3

Công Ty Ấn Bản Địa Lý Hoa Kỳ, năm 1989, Helena, Montana.
1989 American Geographic Publishing, Helena, Montana.

William A. Cordingley, Chairman
Rick Graetz, Publisher
Mark Thompson, Director of Publications
Barbara Fifer, Production Manager
Design by Linda Collins.
Printed in Korea by Dong-A Publishing & Printing through Codra Enterprises, Inc., Torrance, California 90501.

Hình trong trang biá, trên: Đồng lúa miền Tây tỉnh Nha Trang. Trái: Gặt lúa ở vùng Châu Thổ Cửu Long. Phải: Cảnh duyên hải miền Bắc tỉnh Nha Trang. Hình trong bìa sau, dưới: Trông về hướng Đông Nam trên Sàigòn từ mái khách sạn Palace. Trái: Đàn bà ở làng Mộ Đức. Phải: Người già ở tỉnh Bảo Lộc.
Front cover photos, top: Rice paddies west of Nha Trang. Left: Rice harvest in the Mekong Delta. Right: A beach scene north of Nha Trang. Back cover photos, bottom: From the roof of the Palace Hotel looking southeast over Saigon. Left: Woman in the village of Mo Duc. Right: Village elder of Bao Loc.

Hình trang bìa: Giòng sông Hương và Quốc Thành ở Huế.
Title page photo: The Perfume River and The Citadel at Hue.

Ông Rick Graetz là Giám Đốc Nhà Phát Hành Địa Lý Hoa Kỳ, Helena, Montana, ông đã phát hành hàng loạt sách về phong cảnh và địa lý. Ông chụp hình và viết nhiều sách diễn tả về phong cảnh thiên nhiên, hướng dẫn du khách đi du ngoạn trên đồi núi, một người trèo núi và nhà thám hiểm.

Rick Graetz is president of American Geographic Publishing, Helena, Montana, whose imprint creates a series of regional color photographic books of the states. A mountain climber, explorer and professional backpacking outfitter, he is author and photographer of several outdoor books.

Ông Fred Rohrbach ở Kent, Washington là một trong những người cuối cùng rời bỏ Việt Nam trong tháng tư, năm 1975 - ông ta cũng là một trong những người đầu tiên để trở lại sau chiến tranh. Là người chủ và chủ tịch của Công ty A-America, ông sống nhiều năm ở Việt Nam. Ông cũng là cựu quân nhân của Sư Đoàn 173 lực lượng Nhảy Dù Mỹ, đóng trại ở Tỉnh Bình Định từ năm 1968 đến năm 1969.

Fred Rohrbach, of Kent, Washington, was one of the last Americans to leave Vietnam during April 1975—and he was one of the first to return after the war. As president of his business, A-America, he lived in Vietnam for several years. He also served in the U.S. Army's 173rd Airborne Brigade in Binh Dinh province from 1968 to 1969.

Hoàng Văn Duyên thông dịch.
Translation by Duyen Van Hoang

Kiểu nhà của người Rhade ở gần M Drak.
A long house of the Rhade people near M Drak.

VÀI LỜI GIỚI THIỆU

Những hình ảnh trong quyển sách này là kết quả của cuộc du hành tự do trong toàn quốc Việt Nam vào mùa thu năm 1987 và mùa đông năm 1988. Chúng tôi thăm viếng những vùng người Mỹ chưa bao giờ nhìn thấy sau cuộc chiến tranh, những vùng trong miền Bắc chưa có người Mỹ nào đặt chân đến. Chúng tôi du hành trên nhiều đường lộ ở Việt Nam, kể cả Quốc Lộ số 1, nổi tiếng từ Bắc vào Nam. Chúng tôi đi qua Kiều Lộ số 9, con đường dẫn từ vùng biển Đông Việt Nam đến biên giới nước Lào, đến Khe Sanh. Chúng tôi lên tỉnh An Khê và đèo Mang Yang bằng Kiều Lộ số 19, từ vùng Qui Nhơn, thuộc biển Nam Hải đến tận miền Trung Nguyên. Cảnh sắc huyền bí của miền Cao Nguyên mở ra cho chúng tôi trên Kiều Lộ số 14 từ Pleiku đến Ban Mê Thuột. Khi đến cuối đường, chúng tôi đi bộ hoặc lên thuyền, lắm lúc lênh đênh trên những nhánh của sông Cửu Long gần Bến Tre, để thăm viếng những vùng thủy định cư. Chiến tranh trình bày phong cảnh ở Việt Nam cho phương Tây như chỉ có sông nước và rừng rậm. Cuộc du hành của chúng tôi chứng tỏ khác biệt. Chúng tôi kết luận rằng nước Việt Nam là một trong những Quốc Gia đẹp nhất ở vùng Đông Nam Á, khi khám phá rằng Việt Nam có nhiều phong cảnh hết sức là tuyệt đẹp với núi non trùng điệp và đất nước lạ kỳ...biển cát trắng; duyên hải thanh bình; đồi núi ngây ngất; hoang vũ bình nguyên; thác nước; muôn ngàn hoang đảo; đảo vôi nhỏ với hầm to tường lớn và dĩ nhiên là sông nước mênh mông và rừng lá tràn ngập. Những cảnh trí tuyệt vời đó thuộc về Việt Nam. Chúng tôi không tưởng tượng được sự tiếp đón quá nồng hậu của những người thường dân sống ở vùng quê nghèo chịu nhiều khó khăn.

Sự khác biệt giữa miền Bắc và miền Nam cũng thật rõ rệt.

Cuộc thống nhất năm 1975 hình như chỉ đoàn kết quốc gia về phương diện lãnh địa và chính trị. Đời sống và cách ăn mặc ở miền Nam, đặc biệt là Sàigòn, rất là khác biệt với miền Bắc. Sàigòn với áo quần rực rỡ, nhiều hoạt động kinh tế và dấu hiệu của sự giàu có hơn tất cả những vùng khác ở Việt Nam. Tư bản chất, có 2 lối sống trong một quốc gia. Đời sống ở miền Nam, đặc biệt là Sàigòn hình như rất hấp dẫn đối với người miền khác. Nói thêm, thời tiết miền Bắc khe khắt hơn, không như miền Nam, ấm áp quanh năm và dân chúng thoải mái với những cơn mưa mùa hè. Khắp cả miền Bắc, ngoại trừ đèo Hải Vân và tỉnh Đà Nẵng trời mưa mùa hè; phần lớn nhiều tháng là mùa đông với thời tiết hết sức ẩm ướt và lạnh lẽo.

Tôi trình bày những hình ảnh phong cảnh và dân chúng ở Việt Nam để tất cả những người Việt phải dời tổ quốc sống ở Hải ngoại có dịp tưởng nhớ về quê mẹ.

Tôi biết nhiều người Việt ở hải ngoại, hàng ngày nghe ngóng tin tức ở miền Đông Nam Á với hy vọng rằng tương lai của bạn bè và thân nhân còn ở lại sẽ thay đổi một cách sáng sủa hơn.

Rick Graetz
Tháng hai năm 1989.

Trên con đường lộ gần Vũng Tàu.
Along a road near Vung Tau.

INTRODUCTION

Khách sạn Rex ở Sàigòn.
The Rex Hotel in Saigon.

The photographs in this book are a result of my virtually unrestricted travels throughout Vietnam during the fall of 1987 and again in the late winter and early spring of 1988. The visits covered areas not viewed by Americans since the war ended and, in some instances, places Americans may never have been, especially in the north. We wandered Vietnam's fabled highways including National Route 1 from the north to the south. Along the way we took Route 9, which leads from the east coast of Vietnam inland to the border with Laos as far as Khe Sanh. From near Qui Nhon, on the South China Sea, well to the south of Da Nang, we climbed over An Khe and Mang Yang passes via Route 19 to the Central Highlands. The mysterious highlands were unveiled to us as we roamed down Route 14 from Pleiku to Ban Me Thuot. When the road ended, we walked and took boats of one form or another, even floating a tributary of the Mekong River near Ben Tre to visit waterway settlements.

The war gave the west a view of Vietnam as little but jungles and waterways. Out trip dispelled that myth. We discovered a splendid and incredibly diverse landscape and reached a conclusion that Vietnam is one of the most beautiful nations in all of Southeast Asia...white sandy beaches, serene seascapes, mountains, windswept plateaus, waterfalls, thousands of coastal islands, limestone islets with towering walls and caves and, of course, the jungles and rivers...they are all part of Vietnam. What thrilled us the most, though, was the warm welcome we received from the non-political Vietnamese people...the people who live in the countryside and the cities under difficult circumstances.

Very noticeable to us was the striking difference between the north and the south of Vietnam. It appears the country was unified in 1975 only politically and territorially. The lifestyles and dress of the people of the south, especially in Saigon, are a striking contrast to the north. Colorful clothing and far more economic activity and wealth are evidenced in the provinces around Saigon than throughout the rest of Vietnam. In essence, two systems exist in one country. The way of life in the south, especially in Saigon, seems to be winning popularity elsewhere in the country. In addition, the weather in the north is harsher than in the south. South Vietnam experiences summer monsoons and has warm temperatures the year long; not only is Vietnam north of Hai Van Pass and Da Nang subject to a summer monsoon, but it also has several winter months of drizzly, damp, cold weather.

I present these photographs of Vietnam's landscape and people as a remembrance, to all Vietnamese, of their homeland that they were forced to leave. I know the Vietnamese people who are living in many nations are watching closely the events in Indochina in hopes of seeing positive signs that life for their friends and relatives left behind will change for the better.

Rick Graetz
February 1989.

Hoa sen nở gần Long Hải.
Lotus blossoms in bloom near Long Hai.

Thuyền tam-bản ở vịnh Hạ Long.
A sampan in Ha Long Bay.

Trang kế tiếp:
*Sáng Tết nhìn ra sông Hương ở Huế từ khách sạn Hương Giang.
Huyền thoại kể rằng ngày xưa có cặp tình nhân thương yêu nhau tha
thiết đã tính kết hôn, nhưng chàng bị tử nạn trong trận chiến, thành
phải muôn kiếp ly thân. Nàng khóc than thảm thiết cho đến khi tàn
mạng. Khi nàng được đem chôn, một cây hương thơm ngào ngạt ở gần
mộ, đổ ngã xuống sông và trôi lênh đênh về phương Nam. Từ đó con
sông được đặt tên sông Hương.*
Following pages:
The Perfume River in Hue from the window of the Huong Giang Hotel
on Tet morning. The mythology behind the naming of the Perfume
River is that long ago a couple, very much in love and engaged to be
married, were parted forever when the young man went off to war and
was killed. His lover wept for a long time and eventually died. When she
was buried a tree grew near her grave site that produced sweet smelling
blossoms that fell into the river and floated south.

Từ đồn xa trông về hướng Đông Bắc vào vùng Khe Sanh.
From an outpost looking northeast at the area around Khe Sanh.

Trâu nước kéo xe ở gần Long Hải.
Water buffalo and a wagon near Long Hai.

Thác nước trong rừng rậm ở miền Tây Nam tỉnh
Ban Mê Thuột.
The Dray Sap waterfalls to the southwest of Ban Me
Thuot in the jungles.

Đồng lúa phía Tây của Nha Trang.
Rice paddies west of Nha Trang.

Cán bộ địa phương diễn hành trước Dinh Độc Lập cũ.
Local militia marching in front of the former presidential palace.

Thị xã Đà lạt.
The town square in Da Lat.

Đám cưới ở Long Hải.
A wedding scene in Long Hai.

Nhìn về hướng Đông Nam từ đèo Mang Yang.
Looking southeast from Mang Yang Pass.

Giòng sông Hương ở Huế.
The Perfume River at Hue.

Miền duyên hải của Vũng Tàu.
Coastline at Vung Tau.

Khu chợ chính ở Sàigòn.
The central market in Saigon.

Rừng lá chen lẫn vườn đất trên con đường giữa Ban Mê Thuột và biên hải ở dưới đèo Phượng Hoàng.
Jungle vegetation borders cultivated land on the road between Ban Me Thuot and the coast and just below Phuong Hoang Pass.

Xưởng làm đồ sành ở Biên Hòa.
Pottery factory, Bien Hoa.

Con trăn ở kiều lộ số 21
vùng Trung Nguyên.
A python along Route 21 in
the Central Highlands.

Đàn bà ở Đồng Hới.
Resident of Dong Hoi.

Cảnh sông nước ở Lái Thiêu.
A river scene in Lai Thieu.

Đào mương lấy nước gần Long Hải.
Working on an irrigation ditch near Long Hai.

Làm nước mía ở Ban Mê Thuột.
Making sugar cane drink in Ban Me Thuot.

Một làng nhỏ ở dưới chân đèo Bảo Lộc trên Kiều Lộ số 20 đi Nam.
A small village at the foot of Bao Loc Pass on Route 20 heading south.

Làng đánh cá phía Bắc của Nha Trang.
A fishing village north of Nha Trang.

Thuyền ở trong vịnh tại Vũng Tàu.
Boats in one of the bays at Vung Tau.

Cô gái đi bộ ở "bãi biển Trung Hoa" - "China Beach" tại Đà Nẵng.
Thường là vùng nghỉ hè của Quân Nhân Mỹ.
A woman walking along "China Beach" at Da Nang. This was a site of
in-country R & R for American military personnel.

Cảnh bãi biển phía Bắc của Nha Trang.
A beach scene north of Nha Trang.

Sơn tượng voi ở xưởng làm đồ sứ tại Biên Hòa.
Painting ceramic elephants at the ceramics factory in Bien Hoa.

Tu sĩ ở quận Đồng Nai.
Buddhist monks in Dong Nai province.

Tường gạch bên ngoài Quốc Thành và thành phố Huế. Quốc thành là cung điện các Hoàng Đế. Trung Quốc nhân và tiến sĩ ngày xưa sống ở giữa bức tường trong và tường ngoài; Hoàng Đế ngày xưa cư ngụ bên trong bức tường trong. Thời này mọi người sống bên trong hàng tường gạch làm thành một khu làng nhỏ đầy đủ với vườn tược.

Outer walls of The Citadel and Hue. The Citadel was home to Vietnamese emperors. The Mandarins and educated people lived between the outer and inner walls; the Emperor lived inside the inner walls. Today people live within the walls and it has become a small village with much gardening taking place.

Trên núi "Cẩm Thạch" nhìn về hướng Bắc.
From the top of Marble Mountain looking north.

Đồng lúa ở vùng cao nguyên xa khỏi đèo Mang Yang.
Rice paddies in the highlands beyond Mang Yang Pass.

Tượng voi sẵn sàng để sản xuất khỏi xưởng ở Biên Hòa.
Ceramic elephants ready for shipment from Bien Hoa ceramics
factory.

Nông dân dắt vịt ở gần Nha Trang.
Near Nha Trang, a farmer herds his ducks.

Đồng lúa và núi non ở phương Bắc của Đà Nẵng.
Rice paddies and mountains to the north of Da Nang.

Vịnh ở phương Bắc của Nha Trang.
A bay to the north of Nha Trang.

Đồng lúa và dãy núi trong sương mù gần Nha Trang.
Rice paddies and mountain ranges in the mist near Nha Trang.

Vi-La cổ của Pháp ở Đà Lạt.
Former French villa in Da Lat.

Vườn trà mọc theo chân trời của miền đồi núi ở Bình Nguyên Bảo Lộc. Cảnh chụp từ Kiều Lộ số 20.
Tea growing toward the horizons in the highlands of the Bao Loc Plateau. The scene is from Route 20.

Nha Trang.
Nha Trang.

Bên trong dinh Độc Lập, nơi Tổng Thống Thiệu thường gặp gỡ với yếu nhân ngoại quốc. Phần lớn dùng làm văn phòng cho Tổng Thống.

Inside the presidential palace where President Thieu met with foreign dignitaries. For the most part, this was his office.

Đây thường là Tòa Quốc Hội của Chính phủ Miền Nam Việt Nam. Tòa nhà này bây giờ là rạp hát.

This building housed the Congress of the government of South Vietnam. It is now used for a theater.

Bên trong dinh Tổng Thống. Chính phủ giữ lại đồ đạc trong dinh.

Inside the presidential palace. The government has preserved the furnishings.

Miền duyên hải ở Biển Nam Hải gần Sa Huỳnh.
A beach scene along the South China Sea near Sa Huynh.

Ở trên mái nhà khách sạn "Rex" nhìn về phía khách sạn "Caravelle".
From the roof of the Rex Hotel looking toward the Caravelle Hotel.

Đà Lạt.
Da Lat.

Dân làm việc ở đồng lúa trên con đường đi Vũng Tàu, gần làng Long Thành.
Farmers working the rice paddies along the road to Vung Tau, near the village of Long Thanh.

Trong thung lũng Bồng Sơn.
In the Bong Son Valley.

Trên Kiều-Lộ số 9 đi về Khe Sanh.
Along Route 9 to Khe Sanh.

Hải Cảng ở Đà Nẵng. Xa xa ở bên trái của tấm hình là tòa nhà thủy lực, cách đây không lâu chỗ đó là căn cứ Hải quân Hoa Kỳ.
The harbor in Da Nang. The water tower in the distance on the left of the photograph is the former site of the American naval base.

Từ mái nhà khách sạn "Rex" ở Sàigòn.
From the roof of the Rex Hotel in Saigon.

Người Thượng gần Khe Sanh.
Montagnards near Khe Sanh.

Ở trên đồi núi phía Tây của Tỉnh Pleiku nhìn về hướng đông bắc.
From a hilltop to the west of Pleiku looking northeast.

Bãi Biển "Phía Sau" - "Black beach" ở Vũng Tàu.
The "Back Beach" at Vung Tau.

Chùa Thiên Mụ ở Huế, xây năm 1619.

Trông về hướng Tây theo dọc miền Nam của vùng bình nguyên Bảo Lộc.
Looking west on the southern edge of the Bao Loc Plateau.

Vi-La cổ của người Pháp ở Đà L...
Former French villa in Da Lat.

Nha Trang.
Nha Trang.

Người thiểu số ở vùng phía đông của Ban Mê Thuột.
Minority people to the east of Ban Me Thuot.

Cảnh trí trên sông gần Củ Chi tây bắc của Sàigòn.
A river scene near Cu Chi northwest of Saigon.

Em nhỏ canh gà trên bờ sông Bến Hải, vĩ tuyến 17.
A young boy guarding his chicken along the south bank of the
Ben Hai River, formerly the DMZ.

Cơn biển động tràn ngập tỉnh Vũng Tàu và biển Nam Hải.
On a tidal river flowing toward Vung Tau and the South China Sea.

Đàn bà Thượng hút thuốc Lào.
Montagnard women smoking.

Bán hoa trên đường phố ở Ban Mê Thuột.
A street vendor in Ban Me Thuot.

Lỗ bom dùng làm hồ cá gần vùng Phi Quân Sự. Hình của Fred Rohrbach.
A bomb crater used as a fish pond near the former DMZ. FRED ROHRBACH PHOTO.

Cảnh chợ búa ở Ban Mê Thuột.
Market scene in Ban Me Thuot.

Đứng dọc theo biển Nam Hải nhìn về đảo Hòn Tre gần Nha Trang.
Along the South China Sea looking toward Hon Tre Island off the coast
of Nha Trang.

Bên tường ngoài của Hoàng Thành Huế.
Along the outer walls of the Citadel at Hue.

Từ mái khách sạn "Palace" nhìn về phía đông nam trên Sàigòn.
From the roof of the Palace Hotel looking southeast over Saigon.

Nhà thờ Công giáo Văn Lang ở ngoại ô Sàigòn. Tổng Thống cũ, Ngô Đình Diệm, và ông em trốn ở đây trong khi điều đình để đầu hàng trong cuộc đảo chính trong tháng mười một năm 1968 chấm dứt sự cai trị của họ.

Van Lang Catholic Church on the outskirts of Saigon. The former president, Ngo Dinh Diem, and his brother hid in this church while negotiating their surrender during the military coup that ended their regime in November 1963.

Nhìn về phía Vũng Tàu, khoảng chừng 115 cây số hướng đông nam của Sàigòn.
Looking over Vung Tau, approximately 72 miles southeast of Saigon.

Bãi biển ở Long Hải.
The beach at Long Hai.

Nông phu cấy lúa ở vùng giữa Long Thành và Biên Hòa.
Rice field workers between Long Thanh and Bien Hoa.

Nông dân cấy lúa ở quận Cay Lậy, tỉnh Tiền Giang.
Rice worker in the Cay Lay district of Tien Giang province.

Đổ nước vào xe cũ.
Water for an old car.

Cảnh ở con sông gần Lái Thiêu.
River scene near Lai Thieu.

Chợ Đà Lạt.
Da Lat town square.

Sông Cửu Long ở Bến Tre.
The Mekong River at Ben Tre.

Nhìn theo hướng Đông vào Miền Nam ở vùng Trung Nguyên. Cảnh phía trước là cây Cà Phê.
Looking east in the southern part of the central highlands. Coffee plants are in the foreground.

Buổi chiều ở miền đông tỉnh Pleiku.
Early evening east of Pleiku.

Sông Hương ở Huế.
The Perfume River at Hue.

*Phơi lúa trên đường gần Hóc Môn. Nông nhân trải thóc
trên đường để xe cộ giã gạo.*
Drying rice on the road near Hoc Mon. Farmers spread the
rice husks to be broken by passing vehicles.

Làng Rhade ở miền Trung nguyên gần M Drak.
A Rhade village in the central highlands near M Drak.

Cây số ở Kiều Lộ số 14.
Highway marker along Route 14.

Đồn lính Pháp ở Đèo Hải Vân phía Bắc của Đà Nẵng.
Former French bunkers in Hai Van Pass north of Da Nang.

Bãi biển "Phía Trước" - "Front Beach" ở Vũng Tàu.
The "Front Beach" at Vung Tau.

Ninh Hòa, một làng nhỏ phía Bắc của Nha Trang.
Ninh Hoa, a small village north of Nha Trang.

Cảnh chợ nhỏ ở Đà Nẵng.
A street market scene in Da Nang.

Trên giòng sông Cửu Long ở Bến Tre.
On the Mekong River at Ben Tre.

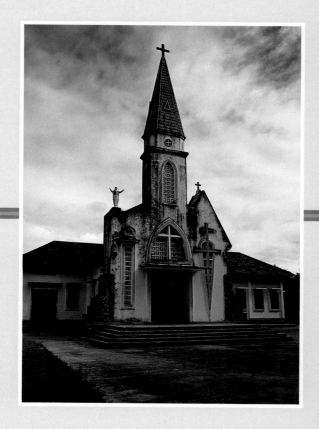

Nhà thờ Công Giáo ở An Khê.
A Catholic Church at An Khe.

Chợ hoa ở Nha Trang.
Flower market in Nha Trang.

Vi-La cổ của Pháp đang được sửa chữa thành khách sạn ở Long Hải.
A former French villa is being restored to serve as a hotel at Long Hai.

Khe nước ở gần làng Ấp Bắc.
A waterway near Ap Bac village.

Trang bên cạnh: Từ mái nhà khách sạn "Rex" trông về hướng khách sạn "Plaza". Con đường này dẫn đến sông Sàigòn.
Facing page: From the roof of the Rex Hotel looking toward the Plaza Hotel. This street leads to the Saigon River.

Buổi sáng sớm nhìn về hướng đông nam từ khách sạn "Majestic" ở sông và cảng Sàigòn.

Early in the morning looking toward the southeast from the Majestic Hotel at the Saigon River and port.

Vườn hoa cạnh vùng biển phương Bắc của Nha Trang.
A flower garden along the coast north of Nha Trang.

Ở trên mái khách sạn "Palace"
trông về hướng đông nam trên
Sàigòn.
From the roof of the Palace
Hotel looking to the southeast
over Saigon.

Nhìn hướng đông bắc đến
sông Sàigòn từ khách sạn
"Majestic".
Looking northeast from the
Majestic Hotel on the Saigon
River.

Cảnh đường xá tại Chợ Lớn ở Sàigòn.
A street scene in Cholon district of Saigon.

Mộ vua miền Tây Nam của Huế.
The Emperor's tomb southwest of Hue.

Bên trong chùa Taigung Lam.
In the Taigung Lam Pagoda.

*Bãi biển ở Nha Trang. Quân nhân Hoa Kỳ và Pháp rất
thích nghỉ hè ở khu vực này.*
The beach at Nha Trang. This area was a favorite in-
country R & R site for U.S. military personnel, and the
French also used it extensively.

Trên kiều lộ số 14 đi đến Ban Mê Thuột.
On Route 14 to Ban Me Thuot.

*Một tài xế tắc-xi ở Biên Hòa, hãnh diện làm chủ chiếc xe
Citroen, 40 đến 50 năm cũ.*
A taxi driver in Bien Hoa, proud owner of the 40- to 50-
year-old Citroen.

*Trang bên cạnh: Cảnh đền đài của người Chàm ở Nha
Trang. Đền chùa này xây vào thế kỷ thứ 8 hay thứ 9.*
Facing page: Cham ruins, which date from the 8th or 9th
century, in Nha Trang.

Cảnh đồng quê ở quận Đồng Nai.
Farm scene in Dong Nai province.

Chợ Ban Mê Thuột.
Market in Ban Me Thuot.

Tòa Hành Chánh ở Sàigòn.
The City Administration Building, Saigon.

Hội Thể Thao của người Pháp - Le Cercle Sportif.
Hình của Fred Rohrbach.

The former Le Cercle Sportif, a French colonial sports club. FRED ROHRBACH PHOTO.

Trên mái khách sạn Palace nhìn tới Tòa Đại sứ Hoa Kỳ, bây giờ nó trở thành tòa Tổng Cuộc xăng nhớt.
From the top of the Palace Hotel looking at the former American Embassy building, which now houses the National Oil and Gas Ministry.

Bến rửa xe kiểu Việt Nam, miền đồi núi phương Đông gần tỉnh Ninh Hòa.
A Vietnamese "car wash" just to the east of the highlands near Ninh
Hoa.

Từ một chỗ cao nhất ở Vũng Tàu nhìn ra biển Nam Hải.
From the highest point above Vung Tau looking to the
South China Sea.

Trẻ con cưỡi trâu nước trong ruộng lúa.
Water buffalo boys in the rice paddies.

Tưới nước vào ruộng.
Irrigating the rice paddies.

Bánh xe kéo nước trên núi ở miền Nam của vùng cao nguyên.
A water wheel in the mountains of the southern highlands.

Buổi chiều tà nhìn về hướng Đông đến sông Sàigòn từ khách sạn "Majestic" ở Sàigòn.
Late afternoon from the Majestic Hotel looking east to the Saigon River in Saigon.

Đi xuống đèo Hải Vân nhìn về phương bắc theo dọc biển tới những đồi núi che lấp với mây
Descending Hai Van Pass looking north along the sea coast at the cloud-covered mountains.

Mộ vua phía Tây - Huế. Rất khó để biết chỗ vua Khải Định chôn, nhà mồ này xây cất cho ông ta vào năm 1916.

The Emperor's tomb west of Hue. It is not known precisely where the emperor Khai Dinh was buried, but this tomb for him was built in 1916.

Trên Quốc Lộ số 1 và biển Nam Hải, về hướng Nam của đèo Cà Na.
Along Route 1 and the South China Sea south of Ca Na Pass.

Khách sạn "Hoàng cung" ở Đà Lạt.
The Da Lat Palace Hotel.

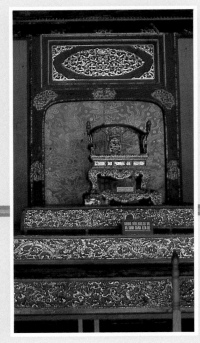

Ngai vàng trong Hoàng Thành Huế.
The Emperor's throne in the Citadel in Hue.

Tượng Phật ở Nha Trang.
The Buddha in Nha Trang.